आणि यमक जुळले

कविता संग्रह

दीपक देवीदास सोनावणे

notionpress.com

आणि यमक जुळले

मराठी कविता संग्रह - दीपक सोनावणे

ISBN : 9798888158753

पुणे, महाराष्ट्र - ४११०३७.

Email: dipakdevidassonawane@gmail.com / marathiyug.community@gmail.com

संपर्क : ८१४९६३२००६

*Instagram - @marathiyug_ @dsonawane_*

कविता प्रकार :

मुक्तछंद, गझल , विडंबन, अभंग, आणि चारोळी·

कॅलिग्राफी: प्रितम काळे, सिद्धार्थ गायकवाड

सहाय्यक: अमित सूर्यवंशी(Skylight Creation),पायल सोनावणे

मुखपृष्ट: दीपक सोनावणे

छायाचित्रे: स्त्रोत - गूगल

किंमत : १६० रुपये

“विझलो आज जरी मी,

हा माझा अंत नाही.....

पेटेन उद्या नव्याने,

हे सामर्थ्य नाशवंत नाही

छाटले जरी पंख माझे,

पुन्हा उडेन मी.

अडवू शकेल मला,

अजुन अशी भिंत नाही.”

- गझल सम्राट सुरेश भट साहेब

अंधारातून प्रकाशाकडे

(लेख २०२०)

सूर्य असो किंवा काजवा नाहीतर असो लहानसा दिवा तेवणारा कोसावर, काळोखाला तर भीती असतेच ना कणभर प्रकाशाचीही? अनेकदा खूप काही लपवून ठेवणारा हा सर्वव्यापी अंधकार स्वतःलाच लपवू शकत नाही या प्रकाशा समोर. हाच अंधकार लपवून ठेवता येत नाही म्हणून सापडले जातो आपण अगदी सहजतेणे, हाच अंधकार वेगवेगळ्या रूपात प्रत्येकात असतो कोणी त्याला त्या व्यक्तीचा नकारात्मक भाग म्हणतात तर कोणी दुखरी बाजू म्हणतात, हीच ती निगेटीव्हीटी जी सातत्याने घेऊन फिरणारा नैराश्याच्या वाटेवर जातो आणि खऱ्या अर्थाने जी सकारात्मकता किंवा पॉसिटीव्हीटी आहे ती लपून राहते अगदी ग्रहणातल्या चंद्रा सारखी आणि ती वेळ पण निघून जाते.जितका आनंद उगवत्या सूर्याला पाहून मिळतो तितकाच आनंद मावळत्या सूर्याला पाहून सुद्धा मिळतो कारण? तो उद्या दिसणारं हे अटळ सत्य आहे ते बदलता येणार नाही. तसच आज आलेलं अपयश उद्या जाणार हे अटळ आहे . खरंतर कोणीच येथे फक्त यश आणि फक्त अपयश मिळवले नाही. अपयश हे यशाच्या थोड अलीकडेच असतं अगदी किंचित अंतर असत दोघात पण तेच किंचित अंतर पार करणारा यशस्वी आणि ते अंतर पार न करू शकणारे अपयशी ठरतात.

आज या स्पर्धेच्या युगात टिकून राहायचं असेल तर हेच किंचित अंतर सातत्याने पार करत राहावं लागतं जर ते पार करता नाही आलं तर प्रयत्नाने ते पार करता येईल हे पण एक अटळ सत्य आहे. अहो कोणतेही काम करताना आपण बोलतो आता जिंकू किंवा हरू पण तिसरा पर्याय आहे तो आहे शिकू आपण जिंकू किंवा हरू या पेक्षा शिकू हा शब्द का नाही वापरत? जसा सूर्य अंधारातून प्रकाशाकडे घेऊन जातो त्याप्रमाणे प्रयत्न आणि सकारात्मकता आपल्याला यशाच्या शिखरावर घेऊन जाते.

-दीपक सोनवणे

काही न मागणे आणिक | देहू भेट झाली क्षणिक ||

लाभली ती सुखे आगळिक | तुझ्या ठाई ||

- दीपक

माझा पहिला कविता संग्रह

जगद्‌गुरु संत तुकाराम महाराजांच्या चरणी अर्पण.

आज मी शब्दांची पेरणी करतोय कागदावर,

माझ्या प्रत्येक शब्दाला त्या बीजाचे सामर्थ्य मिळू दे,

जे मातीत रोवल्यावर संपुर्ण वृक्ष बनून उभं राहतं.

मराठी युग

Marathiyug_

लिहा व्यक्त व्हा, वाचा तृप्त व्हा !

मनोगत

प्रिय वाचकहो ,

माझा छोटासा परिचय करून देतो. मी दीपक देवीदास सोनावणे, जन्म १८ ऑक्टोबर १९९९ (पुणे), माझे दहावी पर्यंतचे शिक्षण मराठी माध्यमात झाले त्या साठी मी स्वतःला भाग्यवान समजतो. त्यानंतर पुण्याच्या फर्ग्युसन महाविद्यालयात विज्ञान शाखेस प्रवेश मिळाला. भाषा विषय निवडताना हिंदी, संस्कृत,जर्मन.. इ. पैकी विषय न निवडता मी मराठी विषय निवडला अर्थात त्या मुळेच तर आज मी काही तरी लिहू शकतोय माझ्या भाषेत. मी अनेक सुशिक्षित लोक पाहिलेत खरंतर त्यांना सुशिक्षित कस म्हणावं ? जे मराठी असून त्यांना मराठी लिहिता, वाचता येत नाही. इतर भाषा आल्या पाहिजेत त्यात काही शंका नाही पण आपली भाषा बोलण्याची लाज नाही वाटली पाहिजे. इंजीनीरिंग ला प्रवेश घेतला, २०२१ मध्ये पदवी परीक्षा उत्तीर्ण झालो. आता इन्फोसिस मध्ये सिस्टम इंजीनियर म्हणून प्रशिक्षण आणि कामाचा अनुभव घेत आहे. सांगायच तात्पर्य असं की मराठी माध्यमातील मुले पुढे उच्च तांत्रिक शिक्षण घेऊ शकतात. क्षेत्र आणि आवड वेगवेगळी असू शकते, अनेक लोक मला विचारतात “इंजीनीअर आहेस कविता कसल्या करत बसतोस?” त्यांच्या साठी माझ्याकडे उत्तर नाही पण पु.ल. देशपांडे म्हणतात “आयुष्यात मला भावलेलं एक गुज सांगतो. उपजिविकेसाठी आवश्यक असणाऱ्या विषयाचं शिक्षण जरुर घ्या. पोटापाण्याचा उद्योग जिद्दीनं करा, पण एवढ्यावरच थांबू नका. साहित्य, चित्र, संगीत, नाट्य, शिल्प, खेळ ह्यांतल्या एखाद्या तरी कलेशी मैत्री जमवा. पोटापाण्याचा उद्योग तुम्हाला जगवील, पण कलेशी जमलेली मैत्री तुम्ही का जगायचं हे सांगून जाईल.”

असो .... हे सर्व चालू असताना मला कविता आवडू लागल्या, संत ज्ञानेश्वर, तुकाराम महाराज, कुसुमाग्रज, सुरेश भट यांच्या कविता समजू लागल्या त्यांचे शब्द भोवती घुमले आणि, आणि काय ? आणि यमक जुळले. असा माझा आणि कवितेचा प्रवास सुरू झाला. हा कविता संग्रह प्रकाशित व्हावा ही माझी आणि माझ्या जवळच्या मित्रांची अनेक दिवसापासूनची इच्छा होती. या निमित्ताने सर्व कविता एकत्र येतील अर्थात मी येथे थांबणार नाही पुढेही लिखाण चालूच असेल. मी स्वतःला कवी किंवा लेखक म्हणवत नाही परंतु माझ्या अल्पश्या अनुभवातून, कल्पकतेतून आणि माझ्या माय मराठीच्या गोडीतून गुंफलेल्या शाब्दिक फुलांच्या माळा मला तुमच्या गळ्यात घालायच्या होत्या त्यासाठी केलेला हा अट्टाहास. कवितेचा अर्थ हा आपला आपण लावायचा असतो,एका कवितेचे अनेक अर्थ निघू शकतात. तिच तर आपल्या भाषेची किमया आहे. कवीने ज्या भावनेतून कविता लिहिली आहे त्या पेक्षा वाचक ज्या भावनेतून कविता समजून घेतो तोच अर्थ त्याला उमगतो. कवितेत एक ताकद आहे मोठ्या मोठ्या गोष्टी छोट्या शब्दात सामावून घेण्याची. म्हणूनच कमीत कमी शब्दात जास्त विचार मांडणाऱ्या कविता लिहिण्याचा माझा प्रयत्न आहे. एकच विनंती करतो कविता वरच्या वर वाचू नका प्रत्येक शब्दाला अर्थ आहे समजून वाचा आनंद घेत वाचा.

या कविता म्हणजे माझ्या कोणत्याही वैयक्तिक भावना नाहीत. समाजातील विविध अंग कल्पनेच्या आधारे मांडण्याचा हा निरागस प्रयत्न आहे. कोणत्याही व्यक्तीचा अनादर करणे किंवा त्यांच्या भावना दुखवण्याचा माझा हेतु नाही. तरी अनावधानाने काही चुकीचे लिखाण आढळल्यास मला मोकळ्या मनाने क्षमा करा. मला आशा आहे तुम्हाला कविता आवडतील. तुम्ही हा कविता संग्रह वाचायला घेतला त्या बद्दल खूप खूप आभार.

धन्यवाद !

- दीपक सोनावणे

अनुक्रमणिका

आणि यमक जुळले

तुझ्याच आठवणीचे

लाखो थवे उडले,

माझ्या मनी पेटणारे

सारे वणवे विझले.

माझ्याच ओळखीचे

शब्द भोवती घुमले,

आणि यमक जुळले.

तुझ्या बंधनाचे

सारे धागे तूटले,

नेत्र सागराचे

सारे पाणी आटले.

माझ्याचं भावनांना

शब्द आता फुटले,

त्या साठीचं आज हे

कवितेचे पान सजले.

आणि यमक जुळले,

आणि यमक जुळले........

लई अवघड वाटा

(या कवितेत एक बाप त्याच्या कुमार वयातील मुलाला जीवन समजावून सांगत आहे.)

वळणावरची गाडी हे वय आता,
मोकळे रे पाय रुतेल काटा.
सांभाळून जरा लई अवघड वाटा,
वळणावरची गाडी हे वय आता.

वाटेवरती होतील अनेक भेटा,
कोण असे खरा नी कोण खोटा.
बाजारात माणसाच्या उडतील नोटा,
नको होऊ गुलाम, नको सोडू फेटा.

खोल पुढे आहे रे समुद्र मोठा,
नौका तुझी छोटी पुढे उंच लाटा.
वळणावरची गाडी हे वय आता,
सांभाळून जरा लई अवघड वाटा.

चतकोर भाकर

मोठ्या मोठ्या बाजारात
मोठी दुकानं सजलेली.
कुण्या एका कोपऱ्यात
गरीब बाय बसलेली.

विकायला लाकडाची
खेळणी समोर ठेवलेली.
दोन कोस लांब इथून
वस्ती तिची वसलेली.

दिवसभर बसून तिने
चार खेळणी विकलेली.
रात्री उशिरा पर्यंत
चूल होती पेटलेली.

दिव्या सोबतच घराच्या
भूक होती विझलेली.
अंगावर साडी पांघरून
पोरं पाहिली निजलेली.

बाप गेला सोडून तरी
ती नव्हती हरलेली.
कष्टाच्या टोपलीत
चतकोर भाकर उरलेली.

तुझी माझी एक माती

जात जात विचारतात जे
ज्यांची अशुद्ध नीती.
मी काय सांगू जात माझी
विश्वाची मोडून नाती.

बघ सामर्थ्य आणि बुद्धी
बघ चरित्र आणि सिद्धी.
बघ कर्तव्य आणि कृती
बाजूला सारून जाती.

बघ कश्या एक साऱ्या
एका समईच्या वाती .
तेल घेतात वाटून साऱ्या
उजळतात काळोख्या राती.

काम जे तू करत आला

त्यास म्हणत गेलास जाती.

कशी म्हणतोस माणसा

आपली वेगळी जाती.

तू ही इथलाच आहे

तुझी माझी एक माती.

मैत्रीण

मैत्रीण म्हणजे तरी काय असते?

जशी पावसाची सर येते कोरड्या वावरात

तशी रुतून जाते खोल काळजात.

बोलत राहते मनसोक्त जशी हवा वाहते

सोबत असते नेहमी जशी सावली असते.

अनेकांची तीच तर विक पॉइंट असते

राखी बांधून घेण्याची मनाई आणि

गुलाब देण्याची भीती असते.

पेपरला जाताना
(विडंबन)

इतकेच मला जाताना पेपरला कळले होते.
पहिल्यांदाच काल मी पुस्तक उघडले होते.

मी एकटाच त्या रात्री आशेने वाचत होतो.
मी उठलो तेव्हा कळले, सारेच विसरले होते.

अश्याच एका उत्तराची एक ओळ आठवत होती.
तीच पुढे वाढवूनी मी सारे पान भरवले होते.

उत्तर समोरच्याचे पहायला मी सारी वणवण केली.
जे दिसले तेवढे लिहिले, तेही चुकीचे होते.

निकालाचा दिवस म्हणून मी मंदिरातही गेलो होतो.
काहीच होणार नाही असे देवाने खूणावले होते.

मग देव आणि मित्रा वरचा विश्वास उडाला होता.
त्याचे सारे निघाले होते ,माझे सारे उडाले होते.

स्वतःला फसवल्याने आता रक्त खवळले होते.
विचारांनी माझ्या अभ्यास करायचे ठरवले होते.

मी महाराष्ट्र

ही बघ सह्याद्री माझ्यात वसते आहे.

ही बघ संस्कृती माझ्यात नांदते आहे.

माझ्यात रुजतात कला सर्व,

माझ्यात वाहतात सारे धर्म,

अमरत्व फुलत माझ्यात,

संहार डोलतो माझ्यात,

मावळ्यांची आहे मीच ढाल,

मी महाराष्ट्र मी विशाल.

ही बघ सावित्री माझ्यात शिकते आहे.

ही बघ जिजाऊ माझ्यात दिसते आहे.

माझ्यात विलीन शिवराय सकल,

माझ्यात विलीन स्वराज्य सकल,

लावणी नाचते माझ्यात,

अभंग घुमतो माझ्यात,

सदैव तेवत ठेवा मशाल,

मी महाराष्ट्र, मी विशाल.

वाट शोधावी लागते

मृत्यूकडे जाण्याचे अनेक मार्ग सापडतात.
जगण्याची वाट ही शोधावी लागते.

प्रामाणिकपणाची दारं सदा उघडी असतात.
लबाडीची तिजोरी झाकावी लागते.

अविश्वासाच्या दोऱ्या आपोआप जुळतात.
भरवशाची गाठ बांधावी लागते.

हिंसेच्या जंगलात फार वणवे पेटतात.
अहिंसेच्या दिव्यांना तेल घालावे लागते.

आळसाच्या मशाली रात्र रात्र तेवतात.
कष्टाच्या चुलीला फुंकर घालावी लागते.

निराशेच्या छटा पानभर उमटतात.
आशेचे चित्र रेखाटावे लागते.

जाती-पातींच्या ओळींची खूप यमकं जुळतात.
माणुसकीची कविता रचावी लागते.

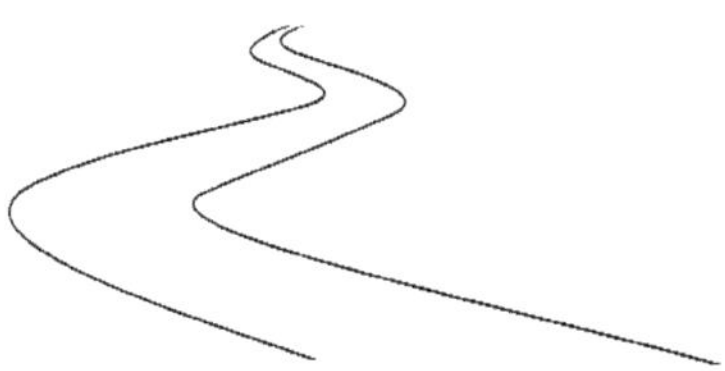

स्वर्ग तर पहायचाय

स्वर्ग तर पहायचाय प्रत्येकाला पण

मरणाला कोणी तयार नाही.

प्रेम तर हवंय प्रत्येकाला पण

तिरस्कार पचवायला कोणी तयार नाही

राजा तर व्हायचंय प्रत्येकाला पण

युद्धाला कोणी तयार नाही.

का आपल्याला हे कळत नाही

अपयशा शिवाय यश नाही.

स्वर्ग तर पहायचाय प्रत्येकाला पण

मरणाला कोणी तयार नाही.

अभंग

•

विष्णुमय जग विषाणूमय झाले |
वाचवाया आम्हा नाही परब्रम्ह आले ||
साठवले पुण्य गेले कारे वाया |
वाचवाया आम्हा येरे विठुराया ||

•

एक गुरु जगताचा | एक राजा ज्ञानियांचा ||
तूची प्राण दोघांचा | पांडुरंगा ||
प्रवाह भिवरेचा | प्रकाश भास्कराचा ||
तू स्त्रोत चैतन्याचा | श्रीरंगा ||
दीपक म्हणे तुझे | रूपची जिव्हाळा ||
लागे आम्हा लळा | भगवंता ||

•

किती झाले कौतुक, मूर्ती दोन हातभर ।
चालवितो तिन्ही लोक, विठ्ठल विश्वंभर ॥
उत्तरेस राम, कृष्ण हाती बाण,सुदर्शन ।
दक्षिणेस हा निशस्त्र दोन्ही हात कटेवर ॥
नाही जातीभेद सांगे समचरण विटेवरी ।
लोटांगण घाली एक-मेका मध्ये दिसे हरी ॥

•

कधी सागराच्या तळी असे शेषनागावरी ।
कधी उभा पंढरपुरी,गोकुळात क्रीडाकरी ॥
वृक्षवेली, गगन-गिरी, हरी साठवला उरी ।
कधी पावसाच्या सरी , विठ्ठल चराचरी ॥

निवारण सकल व्यापांचे कोठे असे?

विचारता कोणी, भिवरेचा काठ दिसे.

पाहता सावळे रूप, मावेना डोळ्यात,

केवढं ते तेज मूर्तीत आहे.

किती जुळवू यमक, केल्या रचना अनेक

शेवटी वर्णन अपुरे राहे.

केली खुली छाती

(गझल)

केली खुली छाती जरी झेलायला वार पुढचे

पाठीमागून वार आमच्या अपरंपार होत होते.

औषध तर बहाणा नुसता मन जुळवण्याचा,

जखम तर तशीच बरी होत जाते.

नसताना सोबत ती भलता कहर होतो

सूर्याच्या नसण्याने जशी रात्र होत जाते.

नाही थेंब जराही डोळ्यात आज माझ्या

भरल्या समुद्रात मनाच्या लाट येत जाते.

तातपुरते हवेहवेसे जुळते नकळत नाते
नाते असे आयुष्यात नेहमी येत जाते.
झाले जरी घाव काळजा वरी आता
जखम तर तशीच बरी होत जाते.

अणुचे झाले ब्रम्हांड

(छोट्या छोट्या गोष्टीत जग सामावलेले असतं.)

प्याद्याचा वजीर झाला

नदी झाली समुद्र,

असली जरी दृष्टी सूक्ष्म

नेत्र पाहते अवघे विश्व,

बीज्याचे वृक्ष झाले,

अक्षराचे ग्रंथ झाले,

अणू चे झाले ब्रम्हांड,

दगडाचे झाले सात खंड,

नसतो कोणी येथे लहान.

शून्यातून होतो महान.

क्रांतीची मशाल

क्रांतीची मशाल धगधगते

गुलामीचा अंत होत आहे.

निसर्गाचा धर्म सत्य आहे.

सत्यशोधक सत्यशोधक सत्यशोधक...

शिक्षणाच्या केल्या पायऱ्या

सत्याने पार केल्या दऱ्या

ज्योतिबा आणि सावित्री

संपल्या काळोख्या रात्री

नव प्रकाशातून जनतेचा

एकच आवाज घुमत आहे.

सत्यशोधक सत्यशोधक सत्यशोधक....

अखंड लेखणी महात्म्याची

समाजाच्या प्रबोधनाची

निकामी ती सर्व शस्त्रे

सत्याहून नाही ती मोठी

नवप्रकशातून जनतेचा

एकच आवाज घुमत आहे

सत्यशोधक सत्यशोधक सत्यशोधक...

ज्ञानेंद्रियात तू

एकदा हट्ट पुरा श्वासांचां व्हावा,

माझ्या अंगणी तुझा गंध यावा.

एकदा हट्ट पुरा डोळ्यांचा व्हावा,

रोज नजरेने तुझा चेहरा पहावा.

एकदा हट्ट पुरा स्पर्शाचा व्हावा,

माझ्या हातात तुझा हात घ्यावा.

एकदा पूर्तता कानांची व्हावी,

माझ्या हाकेला तूझी ओ यावी.

रोज जी भाजी जिभेवर पडावी,

तिला तुझ्या हाताची चव असावी.

अशी एकदाची तू माझी व्हावी,

पाचही ज्ञानेंद्रियात तूच असावी.

(या कवितेला समाज मध्यमांवर खूप मोठा प्रतिसाद मिळाला. एका मुलीने या कवितेला कवितेतून उत्तर दिले आहे. ते उत्तर याच कवितेचा एक भाग बनले आहे. ही कविता त्या शिवाय पूर्ण होऊ शकत नाही. त्या ओळी पुढील प्रमाणे आहेत.)

न करता अपेक्षा ही,

प्रेम असत घट्ट,

निर्मळ असेल प्रेम तर

कशाला हवेत हट्ट.

ज्ञानेंद्रियांच्या कला,

असतात खूप लहरी,

अपेक्षांवर अपेक्षा चढता

मन होऊन जातं जहरी.

तुझ माझ करण्यात

कसला आहे अर्थ,

निस्वार्थ निर्विकार

तेच प्रेम आहे सार्थ.

- अमोदिनी

शाळेच्या अबोल भिंती (गझल)

गाडी एका चाकावर
अजूनही चालत आहे.
सोबत नसली तू तरी
मार्ग माझा तोच आहे.

तुला वाटलं असेल की
तो खेळ संपला होता.
तुझ्या वेड्या मनाचा
तोच वेडा समज होता.
पाहून ये एकदा पुन्हा
शाळेच्या अबोल भिंती
बऱ्याच बोलतील त्या

त्यांना ही जाणिव आहे.

साक्षीदार तो वर्ग होता

तेव्हाचा तो स्वर्ग होता.

बघ सगळं वेगळं दिसेल

फळाही पाहून हसेल!

पण माझ्या बाकावर

कोरलेल तुझं नाव असेल!

तो सुद्धा सांगेन

त्या वर किती वार झालेत,

तुझे नाव लिहून लिहून

असे कित्येक बाक ठार झालेत.

छप्पर

(गझल)

तुझे कुठे छप्पर गळते पावसाने
तुझ्या घरी भिंती बंद शामियाने,

तुझ्या घरी कोठे धूर बाबळीचा
तुझ्या उरी कोठे पूर काळजीचा.

दुष्काळाचा ताप कोठे तुझ्या वावराला
कर्जाचा साप कोठे तुझ्या सातबाऱ्याला.

एकदा सांगतो तुला माझे हे गाऱ्हाणे
जमतात का भरायला बघ जरा रकाने.

एकदा जगून बघ माझे तू जगणे
सोपे आहे सारे दुरून हे बघणे.

तुझे कुठे छप्पर गळते पावसाने
तुझ्या घरी भिंती बंद शामियाने.

गावाकडची रात्र

रात्रीच्या अंधारात लपले जसे ढग

ढगांनी चंद्राला घेतले झाकून.

मोकळ्या अंगणात सुने सुने जग

समोरच्या पायवाटा निजल्या दमून.

फुलांनी भुंग्यांना घेतले कोंडून

वाऱ्याने घेतली रे चिंता चोरून.

किरकिरती रातकिडे कसे कानाआड

रम्यता शांततेत आली रे दाटून.

गावाकडच्या रात्रीत मन जाते हरपून.

चांदण्यांच्या गोधडीत गेलो मी निजून.

पाहुणचार

आलो होतो घरी तुझ्या,

पुस्तक मागण्याचा बहाणा होता,

डोळ्यांनी केलेला पाहुणचार

भलताच गोड होता.

भर थंडीत सुटलेला घाम,

अंगी थरकाप होता,

माझ्या समोर बसलेला

तुझा बाप होता.

तू दिलेल्या पाण्याची

पुन्हा लागली तहान आहे,

दिलास तू पेला चहाचा

नशा त्याची अजून आहे.

दगडाचा देव

माझ्या अंगणी अंगणी दगड पडला.
तो उचलुनी उचलुनी खेड्यात फेकला.

कोण्या येड्यानी येड्यानी दगड देखिला
त्यावरी शेंदुरी शेंदूरी रंग हो फासला.

त्यावरी फुलांचा फुलांचा हार चढविला.
त्यावरी गावाचा गावाचा जीव हो जडला.

डोळ्या समोरी समोरी खेळ सारा मी पाहिला.
एका दगडाचा दगडाचा देव झालेला.

नेहमीचं कोठे

नेहमीचं कोठे येथे असं घडतं

कधी तरी आपल घोडं आडतं.

कधी तरी पडतो विसर.

कॉलेज चा होतो असर.

एखादी आवडू लागते.

चार शब्द वाढवू लागते.

कधी होतो भलताच मोह

काळजाचा होतो डोह.

कधी होते मौज मजा

कधी घडते मोठी सजा

कधी मिळतात चार सोबती

कधी तुटतात घट्ट नाती.

अवघड वाटतो जीवन घाट

शोधावी लागते नवीन वाट.

या सगळ्यातून सुटता सुटता

वय होऊन जातं साठ !

सगळं ज्याच त्याला भोगावं लागतं

त्यात कोणाचं काय बिघडतं.

नेहमीचं कोठे येथे असं घडतं

कधी तरी आपल घोडं आडतं.

उसळू लागतं नभ

पाहता अळवा वरचे मोती

सूर्य डोके वर घेतो,

उसळू लागतं नभ

कधी इंद्रधनु येतो.

कधी ऊन मेघाचा खेळ श्रावण

मी नवा कवी होतो.

बहीण भावाच्या नात्याला श्रावणा

रंग नवा तू देतो.

सरी संगे सण आणतो श्रावण

मन प्रसन्न ही करतो.

आनंद बहरतो असा श्रावण

ही अवणी हिरवी करतो.

गडगडतो सरसरतो बरसतो श्रावण

बळी राजा ही सुखावतो.

असा पवित्र महिना श्रावण

श्री कृष्ण ही जन्म घेतो.

खांदा

दाटलेल्या भावनांचा हुंदका हा आवरेना

गुंतलेल्या आयुष्याची वर्षे सरता सरेना ...

भळभळत्या दुःखाच्या वेदना या मनाच्या

सांगताना तुला ग शब्द ओठी फुटेना ...

कसा शोधू असा तुला तूच होता आधार ना

हवा तुझा खांदा आता तोल माझा सावर ना ...

जगून बघ

एकदा तू माझे जीवन जगून बघ

एकदा हे जालीम विष पिऊन बघ

तुला कुठे रात्रीच्या फिरण्याचा सराव आहे.

तू सूर्य आहे एकदा चंद्र होऊन बघ.

कितीदा ठेवशील कोरडया जमिनी

तू मेघ आहे एकदा माती होऊन बघ.

तुला कोठे डोळ्यातून वाहण्याचा सराव आहे.

तू नदी आहे एकदा तहान होऊन बघ.

एकदा तू माझे जीवन जगून बघ,

एकदा हे जालीम विष पिऊन बघ.

एकुलती एक

तूच एकुलती एक लाडकी आमची ,

मी दीपक तू दिव्या या घरची,

काहीही प्रश्न विचारून डोकं आमच खातेस

कधी डोकं दुखल तर चेपून पण तूच देतेस

रडण्या रूसण्यात तर सगळ्यात वरची

पण तू सावली या घरची.

भाऊ म्हणतेस मला पण भाव कधी देत नाहीस

रोज निघताना जेव्हा विचारतो "कसा दिसतोय?"

तेव्हा तूच बोटांचा मोर करून म्हणतेस नाईस.

किती मोठे झालो तरी भांडणे आपली नाही संपायची.

तू तू मी मी केल्या शिवाय दिवस नाही घालवायची.

लग्न करून जा लवकर अस मीच चेष्टेने बोलतो

पण तू गेली तर या विचारानेच जीव गरगरतो.

काम काही असो मदत सगळ्यांची करतेस

कसल्याही वादात माझ्या बाजूनेच असतेस

सवय तुझी अशीच राहुदे सगळं जमजून घ्यायची

मी आहे पाठीशी चिंता नको कशाची.

शिवराय

आदिलशाही, निजामशाही

झाली रयतेची लाही लाही,

देव वाचवावा की जीव,

धर्म जाहला निर्जीव.

सह्याद्रीत अवतरला शिव

घेतली शपथ स्वराज्याची.

प्रतापगडी फाडला खान

कलयुगी नरसिंह अवतार,

शिवा वरचा झेलती वार

जीवा महालाची तलवार.

घातला वेढा सिद्दीने

बलिदान केले बाजीने

लाल महाली शाहिस्ता
निद्रेत गाढ असता.
उठवली फौज लाखाची
फजिती झाली खानाची.
केली सुरतेवर चढायी
रयतेची झाली भरपाई.
मिर्झा आला फौजे सह
झाला पुरंदरचा तह.
आवतान आले आग्र्याचे
महाराज मोठ्या जिगरीचे.
बादशहा औरंग्या पुढे
सह्याद्रीचे वाघ होते खडे.
महाराज कैद हो जाहले
सोंग आजाराचे केले.
पेटाऱ्या मध्ये बसून

युक्तीने शिवशंभू सुटले.

मग ना थांबले धैर्याने

स्वराज्य वाढले दुपटीने.

शिवराय छत्रपती झाहले

मग सुवर्णयुग आले.

पूर्ण झाली श्रींची इच्छा

असा हा रयतेचा राजा,

रक्षितो धर्म आणि प्रजा

त्रिवार मुजरा तया माझा.

छत्रपती शिवाजी महाराज की जय

मुलगा वाचू लागला

मुलगा वाचू लागला, मुलगी वाचू लागली
संतांची भूमी ज्ञानेश्वरी विसरू लागली.

इंग्रजी शिकू लागली जग फिरू लागली
आई आणि बापाच कष्ट विसरू लागली.

नोकरी करू लागली,व्यवसाय करू लागली.
शेतकऱ्यांची मूल शेती विसरू लागली.

मराठी माणसाला मराठी माणसाशी.
मराठी बोलण्याची लाज वाटू लागली.

परंपरा,संस्कृती,साहित्य विसरू लागली.

जाती पातीच राजकारण करू लागली.

कोकणातल्या माश्याला,

समुद्राच्या पाण्याची भीती वाटू लागली.

राजाच्या मावळ्याला,

सह्याद्रीच्या रांगांची माती टोचू लागली.

नाती तोडू लागली, वेगळं राहू लागली.

महाराष्ट्रातली माणसं खूप बदलू लागली.

चारोळ्या

१.

जीर्ण जरी दिसत असला चाफा आहे हा
हजारो भावनांचा ताफा आहे हा.
कधी घास भरवणारा, कधी कान पिळणारा,
गुपचुप पैसे देणारा,आजीचा हात आहे हा.

२.

काय तो थाट त्यांचा गरुड झेपीचा
संचार तो दरारा, छेदतो अंबराला.
कर्माचे फासे फिरतील शेवटाला.
दिसतील गरुडे कावळ्यांच्या पंगतीला.

3.

नकळत काळ लोटला कळला नाही काय गुन्हा,

बालपण कोठे गेले? शोधत बसलो पुन्हा पुन्हा....

मागे वळून पाहिले असता आठवत राहिलो प्रत्येक क्षणा,

कधी आईच्या, कधी आजीच्या कुशीत दिसलो मीच मला.

▪ ▪ ▪

लवकरच घेऊन येत आहे एक नवीन कोरी रहस्यमय प्रेम कथा एक विचार करायला लावणारी कादंबरी.

त्या कादंबरीतील एक प्रसंग :

बाबा गेल्या नंतर मी एकटा पडलो होतो. आईचा शोध घेण्याचं खूळ मी सोडून दिलं होत. बारा वर्षाचा होतो मी फक्त. तेव्हा पासून मासेमारी करतोय. मी माझं काम नियमित चालू ठेवलं.एकटा कष्ट करू लागलो. हळू हळू सर्व विसरायचा प्रयत्न केला. पूर्णपणे नास्तिक झालो देवावरचा विश्वास उडाला. आपलं आयुष्य हे आपणच जगायचं असत एकट्याने, आपण एकटेच तर होतो जन्म झाला तेव्हा आणि मरताना सुद्धा एकटे जाणार . इथ तर काहीच चिरंतर नाही.

पण हो तीन वर्षापूर्वी माझ्या या वाक्याला चुकीचं ठरवणारी एक व्यक्ती मला भेटली. एके दिवशी मी नेहमीप्रमाणे सूर्यास्ताच्या वेळी घरी निघालो तेव्हा आकाशात केशरी रंगाची उधळण झाली होती तो सुंदर देखावा पहावा म्हणून मी थांबायचं ठरवलं. एक मुलगी हातात कॅमेरा घेऊन किनाऱ्याकडे धावत आली. जांभळ्या ड्रेस मध्ये ती सुंदर तरुण मुलगी त्या सुंदर , केशरी झालेल्या आभाळाकडे पाहत होती. मी नक्की कुठे पाहू ? हा प्रश्न मला पडला होता.

सूर्य नव्हता तिथं पण तिच्या असण्याने त्याची कमतरता जाणवत नव्हती मला. चेहऱ्यावर कसलाच गर्व नाही कसलीच भीती नाही फक्त निरागस हास्य. मी तिच्या कडेच पाहत राहिलो. तिच्या चेहऱ्यावर तो मावळतीच्या किरणांनी उधळलेला सोनेरी प्रकाश तिला एखाद्या परी सारखा भासवत होता. ती भलतीच सुंदर होती.

अखेर त्या चेहऱ्यावरील ओठांच्या कळ्या उमलल्या,

" अरे यार थोडं लवकर आले असते तर हा सनसेट पाहायला मिळाला असता." त्या मुलीने छोटीशी नाराजी स्पष्टपणे बोलून दाखवली.

"त्यात काय एवढं उद्या या , सूर्य रोज उगवतो अन् मावळतो" मी ही तिला पटकन उत्तर दिलं.

मग ती थोडं जवळ येत म्हणाली

"हो ते बरोबर आहे पण आज खूपच छान वातावरण तयार झालेलं, मी रस्त्यावर गाडी लावून पळत इथे आले हा नजारा पाहण्यासाठी. मला काही फोटो काढायचे होते ". तिच्यातला बिनधास्त पणा दिसत होता.

"तुम्ही फोटो काढता का ? म्हणजे फोटोग्राफर आहात का?" मी कुतुहलाने विचारलं

" हो , त्या साठीच इथे आले , हा किनारा नाही हा तर निसर्गाचा नजारा आहे. किती सुंदर परिसर आहे हा."

मी मान डोलावली आणि ती तिथून निघाली.

मी सुद्धा घरी जायला निघालो. मी पुढं जाणार इतक्यात मागून हाक आली.

" अरे एक मिनिट, थांब ना "

मी मागे पाहिलं तिने बारीक तोंड करून विचारलं

" खरंतर मी येताना नक्की कोठुन आले समजत नाही आणि

आता अंधार पडला आहे. मला थोडा रस्ता दाखवतो का? "

" हो चला " मी चटकन हो बोललो.

चालत चालत आम्ही पुढे निघालो.

" काय करतो तू इथच राहतो का? सॉरी पण मी तुला थेट अरे तुरे बोलतिये म्हणजे मला अशीच सवय आहे "

" काही हरकत नाही काय फरक पडतो? .

हो मी इथेच राहतो कोळीवाड्यात , मासे पकडतो आणि विकतो."

" मी पुन्हा नक्की येईल इथे , मासे पण घेऊन जाईल आणि फोटोपण काढेल. चालेल ना ?"

ती पुन्हा येणार हे ऐकून मला खूप आनंद झाला होता.

मी तिला हसत म्हणालो " बिनधास्त या, हो पण आज सारखी वेळ चुकवू नका."

"नाही नाही लवकरच येईन."

दोघे हसलो आणि रस्त्यावर पोहचलो.

" थँक्यू , चल पुन्हा भेटू मग "

गाडीवर बसत तिने निरोप घेतला. मी मात्र तिथेच उभा राहिलो भान हरपल्या सारखं. मी जास्तच मोठे स्वप्न पाहत होतो. मला ती आवडली होती. अर्थात ती पुन्हा येणार यात एक वेगळचं समाधान होत. आता मला अंधार जाणवत होता. मी घरी गेलो.

दिवसभर ती येणार या एका गोष्टीमुळे चांगले कपडे घालून बसलो होतो. संध्याकाळी लवकरच काम आटोपल. काही ताजे मासे सुद्धा काढून ठेवले. आणि सूर्य अस्ता कडे निघाला मला वाटत होत हा सूर्य थोडा वेळ अजून थांबेल का? पण तो कसला थांबतोय. अखेर सूर्यास्त झालाच.

दुसरा दिवस ही असाच गेला. तिसऱ्या दिवशी सुद्धा ती आली नाही. मी जास्तच विचार करू लागलो होतो. पण ती केव्हा येणार हे तिने सांगितलं नव्हतं म्हणून मी रोज मासेमारी करत होतो आणि सूर्यास्ताच्या आधी त्या रस्त्याकडे डोळे लावून बसत होतो. मला खात्री होती ती येवढ्या आपुलकीने बोलली होती येणार म्हणजे ती येणारच. त्या मुळे माझ्या रोजच्या कामापेक्षा अजून एक काम मला लागंल ते काम म्हणजे तिची वाट पाहणं. काम कसं ? मला तर वेड लागल होत. रोज याच आशेवर जगत होतो. ती येईल, दिवस कधी संपायचा समजत सुद्धा नव्हता.

बघता बघता महिना झाला. ती खरंच येईल का?

विसरली असेल का ती आपला किनारा ? कदाचित काही दुसरं काम असेल तिला? ती एवढी मॉर्डन, मी मासेमारी करणारा साधा मुलगा माझं आणि तीच जमेल का? माझ्या मनात असंख्य विचार येत होते.

पण मी आशेवर जगायचं ठरवलं, शेवटी आशा ही गोष्टच मुळात निराळी आहे, आशा ही गोष्टी धरून ठेवायला शिकवते. अशक्य गोष्टी शक्य वाटू लागतात त्या फक्त आशे मुळेच.

"मग काय झालं दिनकर ती आली का नाही?" वासू ने विचारलं...................

पुढे काय होईल ते समजेलच पुढच्या पुस्तकात ....

लवकरच भेटू .

हजारो वर्ष चालत आलेली वर्ण भेद, रूढी, परंपरा आणि मानवतेला कलंक असलेली अमानुष अशी माणसाची माणसानेच केलेली हीनता. माणसाला माणसापासून वेगळे ठरवणारी, भेदाभेद, अस्पृश्यता, एका फक्त एका व्यक्तीने मुळासकट नष्ट करून फक्त इतिहास रचला नाही तर अखंड मानवजातीचा भविष्यकाळ लिहिला आहे. एकदा फक्त विचार करून पाहिला की स्वातंत्र्य मिळालं असतं पण संविधान लिहिणारा दुसरा कोणी असता तर त्या स्वातंत्र्याचा अर्थ पुन्हा गुलामी हाच असता, कारण शिक्षण, राजकारण, न्याय आणि हक्क या पासून दलित वंचितच राहिला असता भारताचा नागरिक असून सुद्धा त्याला परकीय वागणूक मिळाली असती.

बुद्ध म्हणजे मानवतेच सर्वात उंच शिखर. या जगाने ज्यांना पायाखाली तुडवले अशा शूद्रांना बुद्ध नावाशी जोडणारे, एक नवीन विचार, एक नवीन आशा, एक नवीन जीवन, एक नवीन संधी, एक नवीन मार्ग देणारे जगाला शिक्षण, स्वतंत्रता, समता, बंधुता, मानवता, प्रज्ञा, शील, करुणा यांची शिकवण देणारे महामानव, विश्वरत्न, परमपूज्य, डॉ. बाबासाहेब आंबेडकर मला आभाळाहून मोठे वाटतात. त्यांच्या चरणी कोटी कोटी प्रणाम !

हे पान रिकामे आहे ज्या विषयांवर किंवा व्यक्तींवर मी अजून कविता करू शकलो नाही त्या सर्वांसाठी.

धन्यवाद

www.ingramcontent.com/pod-product-compliance
Lightning Source LLC
LaVergne TN
LVHW050923210926
848482LV00012B/519
9798888158753